யாளிப்பா

யாளிப்பா

மதன்குமார்

Made with ♥ on the Notion Press Platform
www.notionpress.com

மூன்றெழுத்தில் கவிதை ஒன்று
முது மொழியாய் வாழுதிங்கே...
தாய் தமிழும் தரணி வென்று
முதன்மை மொழி ஆனதிங்கே...

பொருளடக்கம்

பொருளடக்கம்

1. தமிழ்

மூன்றெழுத்தில் கவிதை ஒன்று
முது மொழியாய் வாழுதிங்கே...
தாய் தமிழும் தரணி வென்று
முதன்மை மொழி ஆனதிங்கே...

2. தமிழ்

காப்பியங்கள் ஐந்துண்டு
எண்ணில்லா செய்யுளுண்டு
உலகிற்கே மறையுண்டு
கரை கடந்தும் வெற்றியுண்டு

3. தமிழ்

களஞ்சியத்து செல்வமென
இனப் பெருமை கொழிக்குது
மேலும் – எண்ணில்லா யுகங்கள் பல
அழியாது நிலைப்பது!!!

4. வெற்றி

மன்னிப்பதும் நாமாக இருப்போம்...
மறப்பதும் நாமாக இருப்போம்...
மகிழ்விப்பதும் நாமாக இருப்போம்...
வாழ்க்கை வெற்றி...

5. மழை

கார்மேகம் கொட்டித் தீர்த்ததோ எந்தன் கல்லூரி வாழ்விலே
வசந்தமாய் வந்து சென்றாயே இன்றைய பொழுதினிலே..

6. கண்மணி

கனவிலும் நினைக்க
என் கலங்கரை
நினைவிலும் நீதானே கண்மணியே...

7. கண்மணி

உன்னாசை இல்லாதவன் என எண்ணினேன் தேர்ச்சியற்று
ஆனால் விதியோ உனை என்னருகில் தேர்வின் முடிவாய்
கொண்டு அமர்த்தியது கண்மணியே...

8. சிரிப்பழகி

உன் முத்துச்சிரிப்பில்
சிறகடித்துப் பறந்தேனடி சிங்காரப் பல் வரிசையில் சென்றேனடி
சொர்க்கம் வரை...

9. கள்வன்

என்னவளை ஒரு நாள் கண்டேன் இதயத்தை தொலைத்தேன்
அவள் இதயத்தை கொள்ளை கொள்ள நானும் கள்வனானேன்
இறுதிவரை இக்கள்வன் களவாண்ட பாடு இல்லையே...

10. கள்வன்

உன் பேச்சில் நான் ஊமையானேனடி..

கைபேசியில் கதைக்க மட்டும் அல்ல காதலிக்க கற்றுத்தந்தவளும்
நீயே...
உன் குரலில் குறுகினேன் குறுங்கள்வனாக...

11. கல்லூரி

கால் வைத்த நாள் முதல் காட்சியில் உனை இரசித்தேன்...
கல்லூரி வாழ்வின் கடைசியில் கண்கள் முழுதும் கண்ணீராய்...

12. கல்லூரி

உன்னுடன் கழித்த நிமிடங்கள் எல்லாம் கனவாய் மாறும் போது
கவலைகள் எனைக் கொல்லை கொல்லுதே கல்லூரியே...

13. களவு

உன் பேச்சில் ஒரு மாற்றம் நடக்கிறதே என்னுள்ளே...
ஏதோ ஒரு களவு உன் பேச்சில் மட்டும்...

14. புத்தகம்

மனதில் கணம் குறைய கைகள் ஏனோ உனைத் தேடியது... உன்
ஸ்பரிசம் நுகர்ந்ததும் கணமெல்லாம் காணாமல் போனதே...

15. தமிழ்

நீ கிட்டவோ வாழ்வின் வசந்தம் கடினமடைந்தது...
வளமாய் இருக்க வாழ்க்கைப் பாடத்தைப் பயின்றேனே உன்
வளத்தை பயின்றே...

16. திணை மயக்கம்

முல்லை மாலைப் பொழுதில் நீ தவிக்க...
மருத நிலத் தலைவனாய் நான் மயக்கம் உற்றுத் தவிக்கிறேனே...
திணைமயக்கம் தோன்றாதோ...

17. ஊடல்

கேளல்லார் முனைக் களத்திலும் போர்ப்புரிய முடியா நம் ஊடல்
என்று தீருமோ...

18. தமிழ்

எந்தன் உயிர் நாடி துடிப்பதும் உந்தன் முகம் கண்டே...
எந்தன் உயிர் நாடி நிற்பதும் நீயன்றே...

19. தமிழ்

உந்தன் மடிசாய தமிழ் அமுதம் பருகினேன் எந்தன் உயிர் நாடி நீயன்றோ...

20. தமிழ்

எண்ணற்ற
உன் சொற்கள்
என் வாய்வழியே வழிகிறதே...
உன் பெருமை பேச இச்சொற்கள் எக்காலமும் போதாதே...

21. தமிழ்

அடையாதார் கொல்லும் சினம் காக்க உன் அடைக்களம் ஒன்று
போதுமே...
ஈரேழு தலைமுறை உன் வீரம் பேசுமே...

22. இயற்கை

உந்தன் மனம்
நுகர்ந்து
எந்தன் விடியல்
விரிகிறதே...

23. அவள்

அவள் காட்டும் விழி
சந்திரனையும்
எரியச்
செய்யுமோ...
கதிரவனையும்
குளிரச்
செய்யுமோ...

24. வாகை

மாலை கொண்டு
தலைவனாய் வாழ்ந்தாலும்
மாலை கொண்டு மறவனாய் வாழ்ந்தாலும்
ஓர் வாகை சூட வேண்டுமே...

25. கல்லூரி

வாழும் வாழ்வே ஓர் வசந்தம்...
அந்த வசந்தமும் கரையத்தான் செய்கிறது அதுவும் ஒரு
அழகே...

26. என்னுயிர்கள்

கிடைத்த உறவில் உயிராய் வளர்க்கும் உள்ளத்தன்பு
என்னுயிர்களே...
எப்பிறப்பிலும் என்னுயிராய் பிறக்க வரம் வேண்டும்...

27. மழை

உன்னழகை என் விழியால் கண்டேனே...
நித்தமும் நிற்காது வீழ்கிறாயே நான் என்று உன்னிடமிருந்து
எழுவேனோ...

28. தனிமை

அன்று வருதந்திய காலமாய் தனிமை வருத்தியது இன்று இத்தனிமையையும் இரசிக்கத் தொடங்கினேனே...

29. மாமழையே

நிறமற்ற நீரினை மண்ணின் நிறமாய் மாற்றும் மர்மமென்ன மாமழையே...

30. விவசாயம்

வயலில் வந்த வசந்தம்
வானம் சென்றாலும் மனம் நிறையுமோ...
வண்ணத்துப்பூச்சி வசந்தம் பூக்கும் வருங்காலம் உனைப் பேசும்...

31. கண்மணி

மாலை மயக்கத்தில் மர்மமாய் மயங்கிய மாயம் என்ன
மாயவளே....
காலை மயக்கம் கடைசி வரைக் காணப்படுமோ கண்மணியே...

32. நட்பு

நட்பாய் நாம் நடக்க நம் நட்பே நாளை பேசுமே நம் இருவரை-
யும்...

33. தமக்கை

தாலாட்டப் பிறந்தவளே தமயனாய் ஒரு நாளும் நானில்லை
உன் மகனாய் நானிருந்தேன் என் மறுதாயும் நீயே...

34. கண்மணி

கரை நீப்பெண்ணே கடக்க தொன்றுகிறது கடைசி வரைக்
கரையைக் காணவில்லையே கண்மணியே...

35. மாயன்

காற்றின் ஈரமாய் உன் நினைவிலே ஒரு நாளும் நானாகவில்லை
காதல் மாயனாய்...

36. கண்மணி

கனவில் வந்து காதல் தந்தாய் கனவு கலைந்தும் காதல் கவியே
என் கனவும் நீயே கண்மணியே...

37. தனிமை

ஆயிரம் பேர் உடனிருந்தும் யாரும் இல்லா நிலையில் தவிப்பதோ இத்தனிமை...

38. கண்மணி

உன் குரலால் பேச்சற்று செவி மடிந்து சொர்க்கம் சுவாசித்-
தேனே...
செவி வழி சுவாசம் செருக்குடன் நானின்றேன்...

39. கண்மணி

நீ என்னவள் என்றல்ல
உன்னவன் நான் என்று எனது பொழுது நித்தமும் கரைகிறதடி
கண்மணியே...

40. கண்மணி

என் அன்பை ஏற்காமல் நான் பார்க்கும் உன் பார்வையை
என்னி
மகிழ்கிறேன்...
என்னவள் என்றல்ல என்னதல்ல என்று ஏற்றுக்கொண்டேன்
கண்மணியே...